Bitcoin என்னும் மாயாஜாலம்

உள்ளடக்கங்கள்

பொறுப்பாகாமை/
Disclaimer

இந்த புத்தகத்தில் கூறப்பட்டிருக்கும் அனைத்தும் கல்வி நோக்கத்திற்கு மட்டுமே கூறப்பட்டுள்ளது. வாசிப்பாளர்கள் செய்யும் எந்த ஒரு முதலீடும் அவரவர் சொந்த விருப்பு வெறுப் புகளை பொறுத்துள்ளது. முதலீட்டில் எற்படும் எந்த ஒரு இழப்பிற்கும் புத்தகத்தின் ஆசிரியரோ அல்லது பதிப்பாளரோ பொறுப்பு இல்லை.

All the Contents Write in The Book is Only for Education Purpose. Investment Made by Readers is their Own Financial Risk. All Losses occur by investing is not obligated by Book Author or Publisher. "We Are Not Financial Advisors" And "This is Not Financial Advice".

◆ ◆ ◆

முன்னுரை

வணக்கம் நண்பர்களே இந்த 21ம் நூற்றாண்டில் பல மாற்றங்கள் தினம்தினம் நிகழ்ந்து கொண்டுதான் இருக்கிறது. கடந்த 20 ஆண்டுகளில் இணையத்தின் உதவியால் பல பழைய துறைகள் அழிந்து புதிய மற்றும் நவீன துறைகள் உண் டாகி உள்ளன. அஞ்சலுக்கு பதிலாக மின்னஞ்சல், தந்தி பதி லாக செல் போன், வரை படத்திற்கு பதிலாக கூகுள் மேப்ஸ், எப்எம் ரேடியோ க்கு பதிலாக podcast, வீடியோ கேசட் பதி லாக யூட்யூப், mp4 ப்ளேயர், எனக் கூறிக்கொண்டே போகலாம். ஆனால் கடந்த பல வருடங்களாக மாறாத ஒன்று என்றால் அது நாம் பயன்படுத்தும் ரூபாய்,டாலர் மற்றும் யூரோ போன்ற உலோக நாணயங்கள் தான். இவற்றிற்கு மாற்றாக தான் இந்த புதிய வகை தொழில் நுட்பம் கொண்ட பிட்காயின் கண்டுபி டிக்கப்பட்டுள்ளது. பிட்காயின் ரூபாய்க்கு சமமா? என்பது எனக் குத் தெரியாது. ஆனால் ரூபாயை விட பிட்காயின் பத்தாயிரம் மடங்கு மதிப்பு மற்றும் உபயோகம் வாய்ந்தது என்பது மட்டும் நிச்சயம். இந்த புத்தகத்தின் வாயிலாக **பிட்காயின்** பற்றி மேலும் பல விஷயங்களை தெரிந்து கொள்ளலாம்.

உங்கள் ஆதரவிற்கு நன்றி,

இப்படிக்கு தங்கள்,
பிரசாந்த் ச

◆ ◆ ◆

BITCOIN என்றால் என்ன?

பொதுவாக இந்த துறையில் நுழையும் புதியவர்கள் கேட்கும் முதல் கேள்வி இதுவாகத்தான் இருக்கும். **Bitcoin** என்பது ஒருவ கையான மெய்நிகர் பணம் ஆகும். இந்த பணத்தை நாம் தற்பொழுது சாதாரணமாக பயன்படுத்தும் ரூபாய் நோட்டுகளை போல தொட்டு உணர முடியாது. ஆனால் பார்க்கவும் பயன்படுத்தவும் முடியும். இதை யார் வேண்டுமானாலும் எப்பொழுது வேண்டுமானாலும் பயன்படுத்தி கொள்ளலாம்.

Bitcoin Vs ரூபாய்

நான் ஏன் ரூபாயை விட்டுவிட்டு **Bitcoin** யை பயன்ப டுத்த வேண்டும் என்ற கேள்வி உங்கள் மனதில் எலலாம். **Bitcoin** கும் ரூபாய்க்கும் உள்ள முக்கிய வேறுபாடே, ரூபாயை அரசாங்கத் தால் அச்சடிக்கவோ அல்லது கட்டுப்படுத்தவோ முடியும். ஆனால் **Bitcoin** யை யாரெல்லாம் கட்டுபடுத்த முடியாது. அப்படியானால் **Bitcoin** அரசாங்கத்திற்கு எதிரானதா? என்று நினைக்க வேண்டாம். தங்கம் கூட அரசாங்கத்தால் கட்டுபடுத்த முடியாத ஒன்றுதான், அத னால் தங்கம் சட்டவிரோதம் ஆகிவிடுமா? இந்த **Bitcoin** எந்த ஒரு அரசாங்கத்திற்கு எதிராகவும் உருவாக்கப்படவில்லை. மாற்றாக, அரசாங்கத்தின் அதிகாரங்களை சாதாரண பொதுமக்களிடம் திரும்பி கொடுப்பதற்கு உருவாக்கப்பட்டது. இதுவும் ஒரு வகையில் சட்டத் திற்கு எதிரானது தானே, என்று நினைக்கலாம். அதற்கு உரிய பதில் களை பின்வரும் அத்தியாயங்களில் உங்களுக்கு கொடுக்கிறேன்.

யார் இந்த Bitcoinயை உருவாக்கியது?

இதை யார் உருவாக்கியது என்ற கேள்விக்கு ஆதாரபூர்வ மான எந்த ஒரு பதிலும் கிடையாது. ஆனால் இது ஜப்பானை சேர்ந்த "சதோஷி நகுமோட்டு" என்பவரால் 2008 ஆம் ஆண்டு கண்டறியபட் டது, என பலர் நம்புகிறார்கள். அப்படியானால் இதை கண்டுபிடித்தவ ரால் இதை அழிக்கமுடியுமா? என கேட்கிறீர்களா? அதற்கான பதில் முடியாது என்பது தான். **Bitcoin** யை அவரே கண்டுபிடித்திருந்தா லும், அவரால் கூட அதனை கட்டுப்படுத்த முடியாது.

உதாரணமாக தங்கத்தை கண்டுபிடித்த மனிதரால் தங்கத்தை கட் டுப்படுத்த முடியாததுபோல்.

Bitcoin மொத்த எண்ணிக்கையே வெறும் 21 **million** தான். அதா வது 2,10,00,000 **Bitcoin**கல் தான் மொத்தமே உள்ளது.

Bitcoin கும் தங்கத்திற்கும் என்ன சம்பந்தம் என்று நீங்கள் நினைக் கலாம்! உள்ளது, மிக மிக நெருங்கிய தொடர்பு உள்ளது. அதை நாம் பின்வரும் அத்தியாயங்களில் தெரிந்து கொள்ளலாம்.

இதர கிரிப்டோ கரன்சிகள் (ALTCOINS):

Altcoins=Alternate coins for Bitcoin என்று அர்த்தம். **Bitcoin** யை போலவே ஆயிரக்கணக்கான கிரிப்டோகரன்சிகள் உள்ளன. எத்தனை வகையான கிரிப்டோகரன்சிகள் இருந்தாலும் "மின்னுவதெல்லாம் பொன்னாகிவிடுமா?" ஒவ்வொரு நாலும் யாரோ ஒருவர், ஏதோ ஒரு புதிய கிரிப்டோகிரான்சிகளை உருவாக்கி கொண்டுதான் இருக்கிறார்கள். அப்படியானால் நாமும் ஒரு கிரிப்டோ கார்ன்சியை உருவாக்கி, அதை விற்று பணக்காரர் ஆகி விடலாமா, என்று யோசிக்க ஆரம்பித்துவிடாதீர்கள். மின்னும் பொருள் எல்லாம் தங்கம் என்று சொல்லி விற்றால், வாங்குவதற்கு மக்கள் முட்டாள்கள் இல்லை. அப்படியென்றால் **Bitcoin** யை தவிர அனைத்து இதர கரன்சிகளும் வீணா? என்று எண்ணகூடாது. மற்ற கிரிப்டோ கரன்சிக ளுக்கும் அதன் பயன்பாட்டிற்கு உண்டான மதிப்பு உண்டு. பயன்படா? என்ன பயன்பாடு, என்ற கேள்விகள் உங்கள் மனதில் எழுந்தியிருக்க லாம். அதைபற்றி முழுவிவரத்தையும் பார்ப்போம் வாருங்கள்.

ஏன் இதர புதிய கிரிப்டோ கரன்சிகள்?

இந்த கேள்வி நிச்சயம் உங்களுக்கு எழலாம். இதற்கு சிறந்த எடுத்துக்காட்டு உலோகங்களை சொல்லலாம். தங்கம் நிச்சயம் விலைமதிப்பு உள்ளதுதான், ஆனால் அதற்கென்று தங்கத்தையே எல்லா இடத்திலும் பயன் படுத்த முடியுமா? இரும்பு,செம்பு,நிக்கல், வெள்ளி,பிளாட்டினம் மற்றும் பலவகையான உலோகங்கள் வெவ் வெறு விதமாக பயன்படுகின்றன. ஆனால் நான் ஏன் உலோகங்களை கிரிப்டோகரன்சிகளிடம் ஒப்பிடுகிறான் என்ற கேள்வி உங்களுக்குள் எழலாம். அதற்கு கரணம் கிரிப்டோகரன்சிகளும் ஒரு வகையான , ஆனால் தொட்டு உணரமுடியாத உலோகங்கள் தான்.

எங்கே இந்த cryptocurrency பரிவர்த்தனை நடக்கிறது?

எப்படி தங்கம்,வெள்ளி போன்ற உலோகங்கங்களும் ,பங்கு சந்தையில் பங்குகளும் பரிவர்த்தனை நடக்கிறதோ, அதே போல **cryptocurrency**களுக்கும் பரிவர்த்தனை இடம் உண்டு. இதை **"crypto currency exchange"** என அழைப்பார்கள். நீங்கள் இணையத்தில் எளிதாக தேடி கண்டுபிடித்து கொள்ளலாம். ஆனால் பல போலி **"crypto currency exchange"** நிறுவங்களும் உள்ளன, என்பதை மனதில் கொள்க.

இந்த *cryptocurrency* எங்கே சேமிக்கப்படும்?

இந்த **cryptocurrencyகல்** பொதுவாக பரிவர்த்தக நிறுவனத்திடம் தான் சேமிக்கப்படும். ஆனால் இவை அபாயகரமா னது, எளிதில் திருடு போக கூடியது. பொதுவாக பரிவதனை நிறு வனத்திடம் பரிவர்த்தனைக்காக மட்டும் பயன்படுத்துவது நல்லது. எல்லா **cryptocurrency exchange** நிறுவனங்களும் தங்கள் கிரிப்டோகரன்சியை ஒருவகைய **wallet** இல் தான் சேமித்து வைக் கும். 3 வகையான **walletகல்** உள்ளன. அவை,

1. **Web wallet**
2. **Offline wallet (software wallet)**
3. **Hardware wallet**

என 3 வகையாக பிரிக்கலாம். இவற்றை பல நிறுவனங்கள் இலவச மாக வழங்குகின்றன.

இதில் மிகுவும் பாதுகாப்பானது, **HARDWARE WALLET** தான்.

ஒவ்வொரு **wallet**க்கும் ஒவ்வொரு முகவரி(**Wallet Address**) உள்ளது. அதன் மூலம் பணம் செலுத்த மட்டுமே முடியும். ஆகவே நம்பி வெளியில் நீங்கள் பகிரலாம்.

மற்ற CRYPTOCURRENCY களின் சில எடுத்துக்காட்டு :

Ethereum :

உலகின் முதல் **"smart contract"** தளத்தை உருவாக்கியது இந்த "Ethereum" தான். இதை உருவாக்கியவர் "Vitalik Buterin" என்பவர். இன்று இந்த "ethereum" பயன்படுத்தி பல உலக நாடுகள், தங்கள் நாட்டின் பாத்திரங்களையும் மற்ற சில முக்கிய விவரங்களையும் பரிமாற்றி கொள்ளவும் பயன்படுத்துகிறது.

Litecoin:

Bitcoin போன்றே, ஆனால் வேகமாகவும் எளிதாகவும் பயன்படுத்தகூடியது இந்த "**Litecoin**". எப்படி ஆரம்ப காலத்தில் இருந்தே தங்கத்திற்கு ,வெள்ளி போட்டியாக உள்ளதோ, அதே போல "Bitcoin" க்கு இந்த "Litecoin" போட்டியாகவுள்ளது .

Tether:

இது மற்ற **cryptocurrencyகலை** போல் இல்லாமல், நிலையான மதிப்பை உடையது. ஒவ்வொரு **Tether** அச்சடிக்கவும் ஒவ்வொரு டாலர் வங்கியில் சேமிக்கப்பட்ட வேண்டும். எப்போது வேண்டும் ஆனாலும் இந்த Tether கொடுத்துவிட்டு டாலர்யை வாங்கி கொள்ளலாம். இது **cryptocurrency exchange** நிறுவனத்தில் பெரிதும் பயன்படுத்தப்படும் நாணயம் ஆகும்.

மேலும் பலவகையான **cryptocurrency**கலை காண **http://coinmarketcap.com** என்ற இணையதளத்தை பார்வையிடவும்.

◆ ◆ ◆

கிரிப்டோ வர்த்தகம்/
CRYPTO TRADING

வர்த்தகம்/Trading

எவ்வாறு பங்குசந்தையில் தினசரி பங்கு வர்த்தகம் நடைபெறுகிறதோ, அதை போலவே கிரிப்டோ கரன்சிகளிலும் தினசரி வர்த்தகம் நடைபெறும். ஆனால் மற்ற சந்தைக்கும் இந்த சந்தைக்கும் உள்ள ஒரு முக்கிய வேறுபாடு, மற்ற சந்தைகள் குறிப்பிட்ட நேரத்தில் குறிப்பிட்ட நாள்களில் மட்டும் தான் நடைபெறும். ஆனால் இந்த crypto trading 24 மணி நேரமும் 7 நாட்களும் எந்த வித விடுமுறை நாள்களுமின்றி உலகம் முழுவதும் நடைபெறும்.

பங்குவர்த்தகம் Vs
கிரிப்டோ வர்த்தகம்

நான் பலமுறை தினசரி பங்கு வர்த்தகம் செய்துள்ளேன். பிறர் செய்வதையும் பார்த்துள்ளேன். ஆனால் cryptocurrency trading செய்வது ஈரக்கையால் Heaterயை தொடுவதற்கு சமம். தூக்கி அடித் துவிடும். அதனால் பொதுவாக crypto trading செய்வது நல்லது இல்லை. உங்களுக்கு நிச்சயம் விலை ஏறும் என்று தெரிந்தால் மட் டும் செய்வது சிறந்தது. பலர் பங்கு சந்தைகளை பல வருடம் தினசரி வர்த்தகம் செய்திருப்பார்கள், ஆனால் அந்த நம்பிக்கையில் இங்கு வர்த்தகம் செய்ய வேண்டாம். மீறி செய்தால் 108யை அழைக்க நேரி டும்.

BLOCKCHAIN

நீங்கள் **cryptocurrency** யை அறிந்து கொள்ளா மலோ ,அல்லது பயன்படுத்தாமலேயோ இருக்கலாம். ஆனால் நிச் சயம் **Blockchain** பற்றி தெரிந்து கொண்டுதான் ஆகவேண்டும், அதுதான் நமது எதிர்காலம்.

Blockchain என்றால் என்ன?

இந்த கேள்வி Bitcoinகும் இதர cryptocurrencyகளுக்கும் அப்பாற்பட்டது. எல்லா cryptocurrencyகளும் இந்த Blockchainன் ஒரு சிறிய அங்கம் மட்டுமே. இந்த Blockchain தொழிநுட்பம் உலகம் முழுவதும் உள்ள அணைத்து அரசாங்கத்தாலும் ஏற்கப்பட்டு, உப யோகம்படுத்தவும் ஆரம்பித்துவிட்டது. இதன் சிறப்பம்சம், சாதாரண இணையதளத்தை விட இந்த **Blockchain 1000** மடங்கு பாது காப்பானது. பொதுவாக 3 வகையான Blockchainகல் பயன்பாட்டில் உள்ளன. அவை,

1. **PROOF-OF-WORK**
2. **PROOF-OF-STAKE**
3. **DELEGATED-PROOF-OF-STAKE**

இந்த மூன்றும் பரவலாக பயன்படுத்தபடும் Blockchain வகை கள் ஆகும். இதை பற்றி முழுவதும் எழுத ஒரு தனி புத்தகமே தேவைப்படும் என்பதால், இதன் அடிப்படைகளை பற்றி மட்டும் தற் பொழுது உங்களுக்கு கூறுகிறேன்.

Proof-Of-Work

இந்த முறை Blockchain Network இயந்திர ஆற்றலினால் செயல்படுவதாகும். Bitcoin இந்த முறையில் தான் இயங்குகிறது. இந்த முறை மற்ற இரண்டு முறையைவிட அதிக அளவில் மின்சாரா செலவினை உண்டாக்கும்.

Proof-Of-Stake

இது இயந்திரம் இல்லாத Blockchain Network ஆகும். இதற்கு ஒரு சில கணிப்பொறிகள் போதுமானது. அனால் இதன் பாதுகாப்பு Proof-Of-Work விட குறைவானது. இதை பெரிய அளவில் ETHEREUM என்னும் கிரிப்டோகரன்சி பயன்படுத்துகிறது.

Delegated-Proof-Of-Stake

இந்த முறை மிகமிக பாதுகாப்பானது, மற்றும் மிக குறைந்த அளவு மட்டுமே மின்சாரம் எடுத்துக்கொள்ளக்கூடியது. இதில் உள்ள மற்றுமொரு சிறப்பம்சம், இந்த முறையில் உருவாக்கப்படும் cryptocurrency அல்லது தனிப்பட்ட Blockchain ஒரு சிலரால் மட்டும் கட்டுப்படுத்தும் ஆற்றலை கொடுக்கிறது.

பிளாக்

அது என்ன Block? எல்லா Blockchainயும் இந்த Block களின் மொத்த தொகுப்பே. ஒவ்வொரு புதிய Block உருவாக ஒரு குறிப்பிட்ட கால இடைவெளியூண்டு. எடுத்துக்காட்டிற்கு,

Bitcoin 12.5 நிமிடம்,

Litecoin 2.5 நிமிடம்,

Ethereum 12 நொடிகள்.

ஒரு Blockchainனை நாம் நிறுத்தவேண்டும் என்றால், அதற்கு அதில் உள்ள எல்லா Blockகளையும் உடைக்க வேண்டும். ஆனால் ஒரு Block உடைப்பதற்கு பல மாதங்கள் ஆகும். இதனால் தான் சாதாரண இணையத்தைவிட இந்த Blockchain மிகவும் பாது காப்பானதாக உள்ளது. பிறகாய்ன் மட்டுமே இதுவரை சுமார் **6**லட்சம் Block கிற்கு மேல் உருவாக்கிவிட்டது.. அதுமட்டும் இல்லாமல் ஒவ் வொரு 10 நிமிடத்திற்கும் 1 Block உருவாக்கிக்கொண்டுதான் இருக் குறது.

◆ ◆ ◆

BITCOIN VS ரூபாய்

Bitcoin மற்றும் ரூபாய்

நான் ஏன் ரூபாயை விட்டுவிட்டு , Bitcoin மற்றும் இதர cryptocurrencyகலை பயன்படுத்தவேண்டும்? என்ற கேள்வி உங்க ளுக்கு எழலாம். இது நியாயமான கேள்விதான், ஆகையால் Bitcoin யும் ரூபாயையும் இப்பொழுது ஒப்பிட்டு பார்க்கலாம்.

BITCOIN	**RUPEE** (ரூபாய்)
இஷ்டம் போல் அச் சடிக்கமுடியாது.	எவ்வளவு வேண்டுமானாலும் அச்சடித்து கொள்ளலாம்
மக்களின் பணம் மக்கள் கட்டுப்பாட்டில்	மக்களின் பணம் அரசாங் கத்தின் கட்டுப்பாட்டில்
அழிவில்லாதது	எளிதில் அழியக்கூடியது
இதர உபயோகம் உள்ளது.	பண பரிவர்த்தனை தவிர ,மற்ற உபயோகம் அற்றது
குறுகிய அளவு உள்ள து(limited Supply)	எண்ணிலடங்காத எண்ணிக்கை கொண்டது.(Unlimited Supply)
தடுக்கமுடியாது	எளிதில் தடுத்து நிப்பாட்டக்கூடியது.
அதிகப்படியான விலை ஏற்றஇறக்கம் உள்ளது.	நிலையான மதிப்பு இறக்கம்(பணவீக்கம்) கொண்டது.

இவ்வாறாக இரண்டையும் ஒப்பீடு செய்யலாம்.

பிட்காயின் தொண்டால்/ BITCOIN MINING

Bitcoin தொண்டால்:

என்ன? Bitcoinயை தோண்ட முடியுமா? எங்கே? எப்படி? என்ற கேள்விகள் உங்கள் மனதில் அடுத்தடுத்து எழலாம். சற்று பொறுமை காக்கவும். Bitcoin தொண்டால் என்பது ஒரு வகையான இயந்திர கணிதவியல் கணக்காகும். இதை ஆங்கிலத்தில் (Hashing) என்று அழைப்பார்கள். ஒவ்வருவரும் எந்த அளவு Hashing Power வைத்து உள்ளார்களோ, அதற்கு ஏற்றவாறு அவர்களுக்கு Bitcoin பிரித்து கொடுக்கப்படும். ஆனால் எவ்வளவோ Hash power இருந்தாலும் ஒரு Blockக்கு 12.5 Bitcoin தான் வழங்கப்படும். இதுதான் Bitcoin இன் தனிச்சிறப்பு. இதை ஆங்கிலத்தில் (Difficulty Adjustment) என கூறுவார்கள்.

தோண்டும் சக்தி / (Hashing Power)

எப்படி தங்கம் மற்றும் வெள்ளி போன்ற உலோகங்களை பூமி யில் இருந்து தோண்டும் இயந்திரங்களுக்கு இத்தனை டன் (Ton), அத்தனை டன் (TON) என அளவு உள்ளதோ, அதே போல் Bitcoin னை தோண்டும் இயந்திரத்திற்கு சக்தி அளவுகள் உண்டு. இதைத் தான் Hashing Power என்கிறார்கள்.

தோண்டும் இயந்திரம் /
(Mining Machine)

பொதுவாக ஆரம்பகால காலகட்டத்தில் Bitcoin சாதாரண கணினியிலிருந்தே , சில வகையை மென்பொருள்களை(Software) பயன்படுத்தி தொண்டப்பட்டது. பின்னாளில் அதிகப்படியான போட்டி களால், அந்த தொண்டுதலை "ASIC" என்ற ,அதற்கென்று தயாரிக் கப்பட்ட இயந்திரத்தின் உதவியுடன் தோண்டபட ஆரம்பித்தது. இந்த வகை "ASIC" இயந்திரங்கள் சாதாரண கணினியை விட 1000 மடங்கு சக்தி வாய்ந்தது. அதன் புகைப்படத்தை கீழே பார்க்கலாம்.

இணையதள தொண்டல் / *CLOUD MINING*

இணையதள தொண்டால் என்பது , நாம் முன்பே பணத்தை ஒரு நிறுவனத்தில் செலுத்தி நமக்கான ஒப்பந்தத்தை ஏற்படுத்தி கொள்வதாகும். அந்த நிறுவனம் அந்த இயந்திரத்தை பராமரிக்கும் செலவு மற்றும் வேலையாட்கள் சம்பளம் போக மீதி பணத்தை உங்கள் walletஇல் செலுத்தி விடுவார்கள். பொதுவாக Bitcoin Mining இயந்திரத்தை வாங்கி பராமரிக்க அதிக செலவு மற்றும் அதை பற்றிய அதிகப்படியான தொழில்நுட்ப அறிவு வேண்டும் என்பதால், புதிய முதலீட்டாளர்கள் Cloud Miningயை தேர்ந்துஎடுக்கிறார்கள். முதலில் சிறிய அளவு பணம் மட்டும் முதலீடு செய்து அதில் வரும் லாபத்தை கணக்கிட்டு, பின்னர் பெரிய அளவு முதலீடு செய்வது நல்லது.

தொண்டுதல் (*Mining*) *Vs* முதலீடு (*Investing*)

Bitcoin mining இல் இருந்து வரும் லாபமும், **Bitcoin trading** அல்லது முதலீட்டில் இருந்து வரும் லாபமும் வித்தியாசமானது. அதை பற்றி நீங்கள் நேரடியாக பணத்தை முதலீடு செய்து கற்றுக்கொள்ளும்போதுதான் தெரியும். பொதுவாக புதிய முதலீட்டாளர்கள் சிறிய அளவு முதலீட்டை மட்டும் Mining இல் போடுவது நல்லது.

தொண்டுபவர் கட்டணம் *(Miner Fee)*

எப்படி வங்கிகள் பணத்தை பரிமாற்றம் செய்ய குறிப்பிட்ட அளவு பணத்தை வசூலிக்குமோ, அதே போல தொண்டுபவர் Bitcoin பரிவர்த்தனைகளை செய்ய குறிப்பிட்ட அளவு கட்டணம் வசூலிப் பர். இதை நம் இஷ்டம் போல குறைத்து கொள்ளலாம், ஆனால் குறைந்த அளவு கட்டணம் செய்த பரிமாற்றம் சென்றுசேர பலமணி நேரம் ஆகும். ஆனால் இதன் கட்டணம் சில ரூபாயாகத்தான் இருக் கும். அதிகபட்சம் 50-100 ரூபாய். ஆனால் 100 கோடி ரூபாயைக்கூட எந்த வித தடங்கல் தாமதம் இன்றி, உலகின் எந்த மூளைக்கும் அனுப்பலாம்.

கிரிப்டோ பரிவர்த்தகர் (CRYPTO EXCHANGE)

கிரிப்டோ பரிவர்த்தக நிறுவனம்

பொதுவாக அனைத்து மக்களும் இந்த வகையான நிறுவனத்தில் இருந்துதான் Bitcoin மற்றும் இதர cryptocurrencyகலை வாங்குவார்கள். இந்த மாதிரியான "Crypto Exchange" சில நாடுகளில் ஒழுங்குபடுத்த பட்டும், பல நாடுகளில் ஒழுங்குபடுத்தப்படாமலும் இருக்கின்றன. இவற்றில் இரண்டு வகையான exchangeகல் உள்ளன. ஒன்று உள்ளூர் crypto exchange மற்றொன்று வெளியூர் crypto exchange. உள்ளூர் exchangeகலை நீங்கள் "Crypto Exchanges in India" என்றும் வெளியூர் exchangeகலை "Crypto Exchange in World" என்றும் நீங்கள் இணையத்தில் தேடி கண்டுபிடித்து கொள்ளலாம்.

கிரிப்டோ பரிவர்தக நிறுவனம் பாதுகாப்பானதா?

இந்த இடத்தில் பதில் காலத்தின் கையில்தான் உள்ளது. ஏன் எனில் நூற்றுக்கணக்கான ஏமாற்று நிறுவனங்கள் இணையத்தில் உள்ளது. Bitcoin எந்த ஒரு ஒழுங்குபடுத்தலுக்கும் உட்படாததால், இந்த மாதிரியான போலி நிறுவனங்கள் நிறைய நாளுக்குநாள் பெருகிக்கொண்டே இருக்கிறது. ஆனால் என்னதான் போலி நிறுவனங்கள் சில இருந்தாலும், உண்மையான நிறுவனங்கள் இருந்து கொண்டுதான் இருக்கிறது. உண்மையான நிறுவனத்தை உங்கள் அறிவினாலும் அனுபவத்தினாலும் நீங்கள் தான் தேடிக்கொள்ள வேண்டும். ஏன் என்றால் எந்த ஒரு நிறுவனத்தையும் சிபாரிசு செய்யும் உரிமை எனக்கு இல்லை.

PRASANTH C

தங்கமும் பிட்காயினும்

ஒப்பிடுதல்

தங்கம் மற்றும் பிட்காயின், இந்த இரண்டையும் ஒப்பிடுவது சுவாரஸ்யமானது, மற்றும் அர்த்தமுள்ளது. தங்கமும் பிட்காயினும் பல இடங்களில் ஒத்துப்போவதுதான் இதற்கு காரணம். இந்த இரண் டையும் நான் இப்பொழுது ஒப்பிடுகிறேன், தீர்ப்பை நீங்கள் தீர்மானி யுங்கள். "மக்கள் தீர்ப்பே, மகேசன் தீர்ப்பு"

தங்கம்	பிட்காயின்
அரசாங்கத்தால் கட்டுப் படுத்த முடியாது	அரசாங்கத்தால் கட்டுப்படுத்த முடியாது
எளிதில் கிடைக்காது	எளிதில் கிடைக்காது
தொடவும், பார்க்கவும் முடியும்	பார்க்க மட்டுமே முடியும்
எளிதில் ஓர் இடத்தில் இருந்து மற் றோரு இடத்திற்கு அனுப்ப முடியாது	மிக எளிதில் ஓர் இடத்திலிருந்து மற்றோர் இடத்திற்கு அனுப்ப முடியும்
விலை நிலையற்றது	விலை நிலையற்றது
குறைந்த அளவில் விலை மாற்றம் உடையது	மிகமிக அதிக அளவில் விலை மாற்றம் உடையது.
இயந்திரங்களின் எண்ணிக்கையும், சக்தியையும் அடிப்படையாக கொண்டது.	இயந்திரங்களின் எண்ணிக்கையும், சக்தியையும் அடிப்படையாக கொண்டு பிரித்துக்கொடுக்கபடுகிறது
குறிப்பிட்ட நிலையான அளவு தொண்டப்படாதது.	குறிப்பிட்ட நிலையான அளவு மட்டுமே கிடைக்கும் தன்மையுடையது.
வேதியியலை அடிப்படையாக கொண்டது	கணிதத்தை அடிப்படையாக கொண்டது
எடை கணக்கீடு உள்ளது	எடை என்பதே கிடையாது
குறிப்பிட்ட அளவுக்கு மேல்	எந்த அளவிற்கு வேண்டுமானாலும்

பகுக்கவும் , வகுக்கவும் முடியாது.	பகுக்கவும், வகுக்கவும் முடியும்
இயற்கை வளத்தில் சக்தியினாலும், யூப்தியினாலும் உருவாகியது..	மனித முலையின் சக்தியினாலும், கற்பனையினாலும் உருவாகியது..
எங்கும் பயன்படுத்தலாம்	எங்கும் , எங்கிருந்து வேண்டும மானாலும் பயன் படுத்தலாம்
பாதுகாப்பற்றது, எளிதில் திருடுபோகக்கூடியது.	பாதுகாப்பானது, திருட முடியாதது.

◆ ◆ ◆

சட்டமும் திட்டமும்

சட்டதிட்டம்

உலகில் பொதுவாக இரண்டு வகையான சட்டதிட்டங்கள் உள்ளன. ஒன்று அரசாங்க சட்ட திட்டம் மற்றும் மக்களின் சட்ட திட்டம். இங்கே குறிப்பிட வேண்டிய ஒன்று நாம் பயன்படுத்தும் அனைத்து ரூபாய் நோட்டுகளும் அரசாங்க சட்ட திட்டத்திற்கு உட் பட்டது. ஆனால், தங்கம் வெள்ளி மற்றும் **Bitcoin** போன்றவை **மக் கள் சட்ட திட்டத்திற்கு உட்பட்டது.**

அரசாங்க சட்ட திட்டம்

உலகில் உள்ள பெரும்பான்மையான நாடுகள் முழு அரசாங்க சட்ட திட்டத்தை வகுத்துள்ளது என்றாலும், அதைத் தேர்ந்தெடுக் கும் முறை மக்கள் கையில் தான் உள்ளது. அதற்குத்தான் ஐந்து வருடத்திற்கு ஒருமுறை தேர்தல் வருகிறது. ஆனால் அரசியலில் முடி வுக்கும் சக்தியை நமக்குக் கொடுத்த அரசாங்கம், பணத்தை கட்டுப் படுத்தும் அதிகாரத்தை கொடுக்கவில்லை என்பது முக்கியமானது.

மக்களின் சட்ட திட்டம்

எல்லா வகையான மக்களும் முதலீடு செய்யும் ஒரு பொது வான முதலீடு தங்கமாகும். அதற்கு காரணம் இந்த தங்கம் மக் களின் சட்ட திட்டத்திற்கு கீழ் உள்ளது. எந்த அரசாங்கமும் தங் கத்தை தனிப்பட்ட முறையில் கட்டுப்படுத்த முடியாது, இதையேதான் **Bitcoin** செய்கிறது. ஆனால், எளிதாகவும் வேகமாகவும் பரிவர்த் தனை செய்ய முடியும் அளவில் வடிவமைக்கபட்டுள்ளது. நமது பணத் தின் அதிகாரத்தை நாம் கையாளுவது மிகச் சிறந்ததாகும் என்பதில் எந்த மாற்றுக் கருத்தும் இல்லை என்பதே உண்மை. இதற்கு மிக சிறந்த வழி எதிர்காலத்தில் **Bitcoin** என்பதும் சந்தேகத்திற்கு இட மில்லாத ஒன்று ஆகும்.

முடிவுரை

நீங்கள் இந்த புத்தகத்தில் பார்த்து படித்த அனைத்து விஷயங்களும் நான் என் சொந்த அனுபவத்தில் இருந்து பகிர்ந்துள் ளேன். இவை நிச்சயமாக உங்களுக்கு பயனுள்ளதாக இருக்கும் என நம்புகிறேன். இந்த புத்தகத்தை தங்களின் நண்பர்கள் மற்றும் உற வினர்களுடன் பகிர்ந்து கொள்வதன் மூலம் அவர்களும் **Bitcoin** பற்றி எளிதாக புரிந்துகொள்வார்கள். இந்த புத்தகத்தை தமிழில் எழுத முக்கிய காரணம் தமிழர்கள் அனைவரும் தங்களின் தாய் மொழியில் **Bitcoin** பற்றி கற்க வேண்டும் என்பதுதான். உங்களின் அன்புக்கும் ஆதரவுக்கும் என் நன்றி. மேலும் உங்கள் கருத்துகளை "**prasanthbooks@gmail.com**" என்னும் மின்னஞ்சலுக்கு அனுப்பலாம்.

www.ingramcontent.com/pod-product-compliance
Lightning Source LLC
Chambersburg PA
CBHW030546220526
45463CB00007B/3007